Impressum
Verlag: BABADADA GmbH, Nedderfeld 112 , 22529 Hamburg
Geschäftsführer / Verlagsleitung: Harald Hof
Druck: Books on Demand GmbH, In de Tarpen 42, 22848 Norderstedt

Imprint
Publisher: BABADADA GmbH, Nedderfeld 112 , 22529 Hamburg, Germany
Managing Director / Publishing direction: Harald Hof
Print: Books on Demand GmbH, In de Tarpen 42, 22848 Norderstedt, Germany

xue xiao

trường học

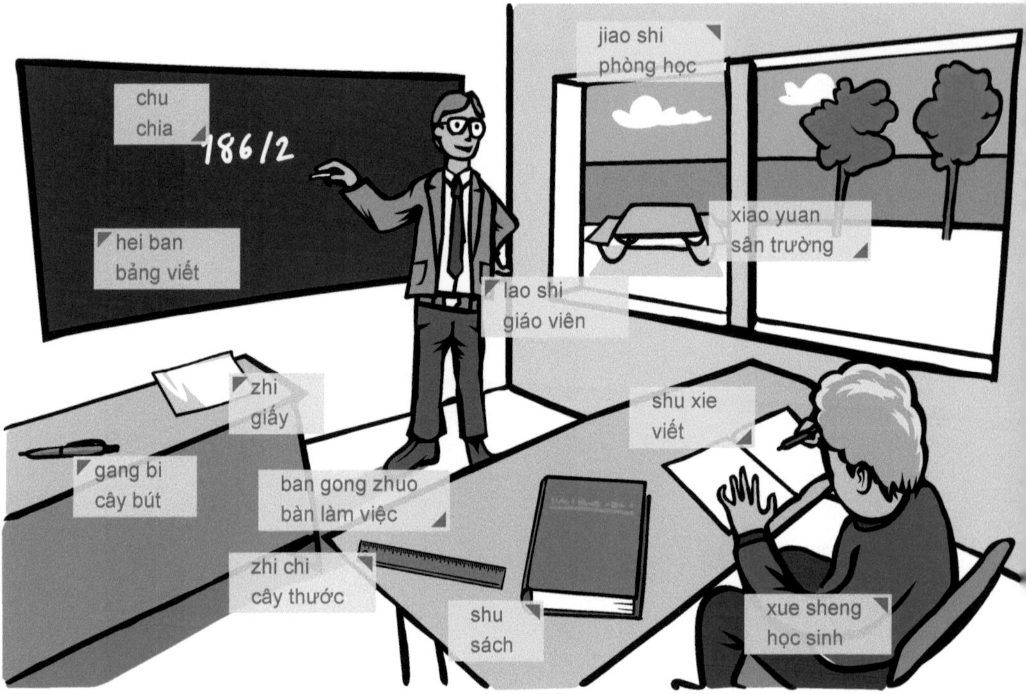
jiao shi
phòng học
chu
chia
186/2
hei ban
bảng viết
xiao yuan
sân trường
lao shi
giáo viên
zhi
giấy
shu xie
viết
gang bi
cây bút
ban gong zhuo
bàn làm việc
zhi chi
cây thước
shu
sách
xue sheng
học sinh

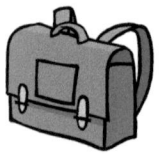

shu bao

cặp đeo vai học sinh

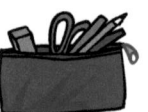

qian bi he

hộp đựng bút

qian bi

bút chì

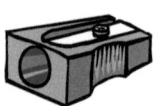

juan bi dao

cái gọt bút chì

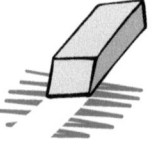

xiang pi ca

cục tẩy

hua ban

tập giấy vẽ

tu hua

bản vẽ

hua bi

cọ vẽ

yan liao he

hộp mực vẽ

jian dao

cây kéo

jiao shui

keo dán

lian xi ce

sách bài tập

jia ting zuo ye

bài tập ở nhà

12

shu zi

số

2+2

jia

cộng

5-2

jian

trừ

2×2

cheng

nhân

ji suan

tính toán

A

zi mu

chữ cái

ABCDEFG HIJKLMN OPQRSTU VWXYZ

zi mu biao

bảng chữ cái

hello

zi

từ

ke wen

văn bản

du

đọc

fen bi

phấn viết

shang ke

bài học

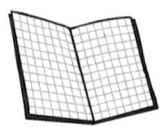

deng ji

sổ lớp

kao shi

thi kiểm tra

zheng shu

chứng chỉ

xiao fu

đồng phục học sinh

jiao yu

giáo dục

bai ke quan shu

từ điển bách khoa

da xue

đại học

xian wei jing

kính hiển vi

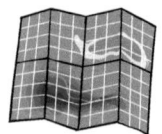

di tu

bản đồ

fei zhi kuang

thùng rác giấy

lü xing
du lịch

jiu dian
khách sạn
Grand
qing nian lü xing she
nhà trọ
ROOMS
wai bi dui huan chu
quầy đổi tiền
CHANGE
shou ti xiang
va li
qi che
xe ô tô

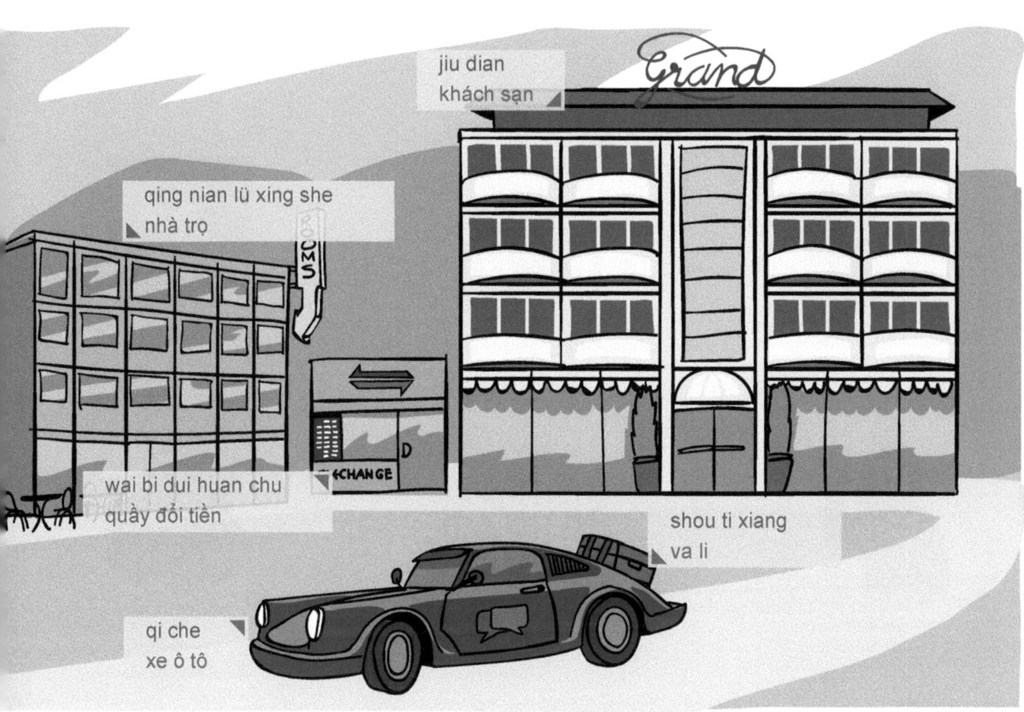

yu yan
ngôn ngữ

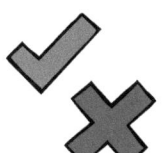

shi/fou
có / không

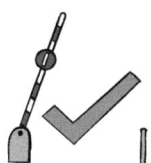

hao de
ô kê

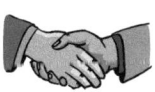

nin hao
Xin chào

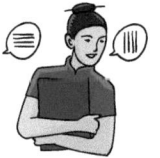

fan yi yuan
thông dịch viên

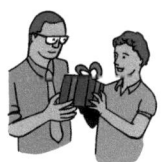

xie xie
cám ơn

......duo shao qian?

... bao nhiêu tiều?

wo bu ming bai

tôi không hiểu

wen ti

vấn đề

wan shang hao!

Xin chào! (buổi tối)

zao shang hao!

xin chào! (buổi sáng)

wan an!

chúc ngủ ngon!

zai jian

tạm biệt

fang xiang

hướng đi

xing li

hành lý

bao

túi xách

shuang jian bao

túi ba lô

ke ren

khách

fang jian

phòng

shui dai

túi ngủ

zhang peng

lều

lü you xin xi

thông tin du lịch

hai tan

bãi biển

xin yong ka

thẻ tín dụng

zao can

ăn sáng

wu can

ăn trưa

wan can

ăn tối

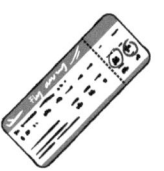

piao

vé xe

dian ti

thang máy

you piao

tem bưu điện

bian jie

biên giới

hai guan

hải quan

da shi guan

đại sứ quán

qian zheng

thị thực

hu zhao

hộ chiếu

jiao tong yun shu

vận chuyển

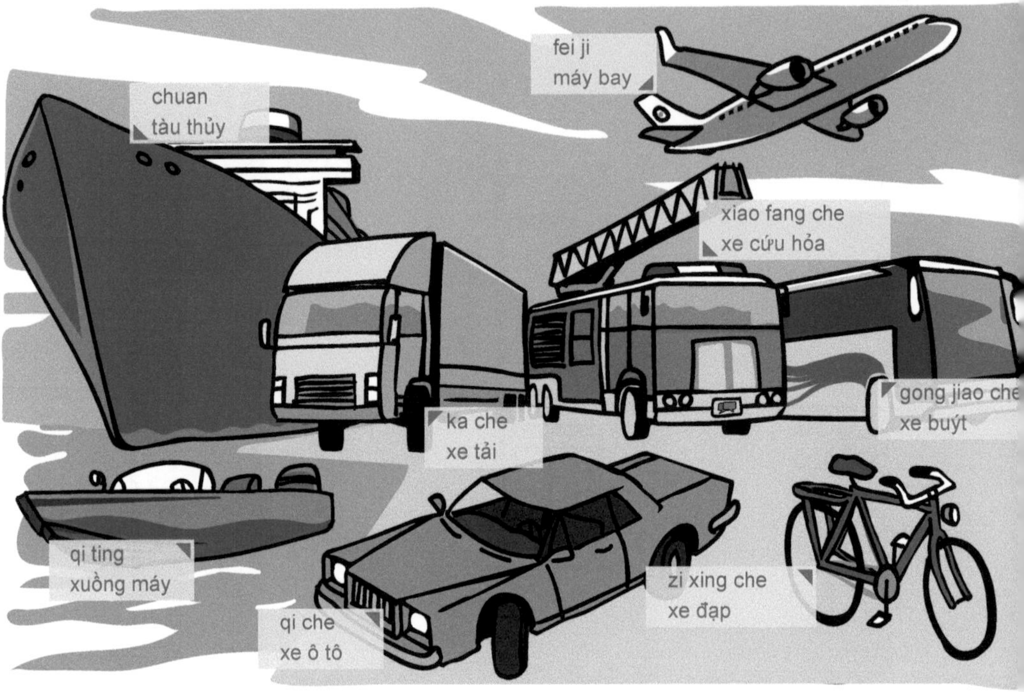

fei ji
máy bay
chuan
tàu thủy
xiao fang che
xe cứu hỏa
gong jiao che
xe buýt
ka che
xe tải
qi ting
xuồng máy
zi xing che
xe đạp
qi che
xe ô tô

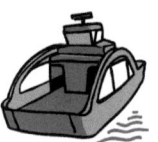

bai du chuan

phà

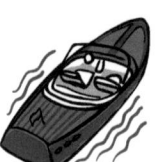

xiao chuan

xuồng

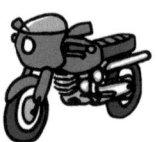

mo tuo che

xe máy

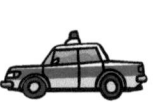

jing che

xe cảnh sát

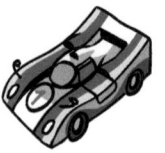

sai che

xe đua

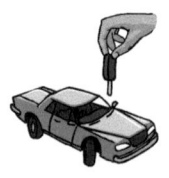

zu che

xe cho thuê

pin che

dịch vụ thuê xe tự lái

tuo che

xe kéo cứu hộ

la ji che

xe rác

fa dong ji

động cơ

qi you

xăng

jia you zhan

trạm xăng

jiao tong biao zhi

biển báo giao thông

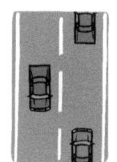

jiao tong

giao thông

jiao tong du sai

ách tắc giao thông

ting che chang

bãi đậu xe

huo che zhan

nhà ga

gui dao

đường ray

huo che

xe lửa

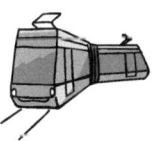

dian che

tàu điện

huo che

toa xe

zhi sheng ji

máy bay trực thăng

ji chang

sân bay

ta

tháp

cheng ke

hành khách

ji zhuang xiang

côngtenơ

zhi ban xiang

thùng các-tông

shou tui che

xe đẩy

lan zi

cái giỏ

qi fei/jiang luo

cất cánh / hạ cánh

cheng shi
thành phố

cun zhuang

làng

shi zhong xin

trung tâm thành phố

fang zi

nhà

dian ying yuan
rạp chiếu phim

guang gao
quảng cáo

lu deng
đèn đường

CINEMA

jie dao
đường phố

chu zu che
taxi

xiao chi dian
quán ăn nhẹ

xing ren
người đi bộ

ren xing dao
vỉa hè

shi zi lu kou
ngã tư giao th

ban ma xian
phần đường có vạch cho người đi bộ

la ji xiang
thùng rác lớn

hong lü deng
đèn hiệu giao thông

xiao wu

nhà chòi

gong yu

căn hộ

huo che zhan

nhà ga

shi zheng ting

tòa thị chính

bo wu guan

viện bảo tàng

xue xiao

trường học

da xue

đại học

yin hang

ngân hàng

yi yuan

bệnh viện

jiu dian

khách sạn

yao fang

hiệu thuốc

ban gong shi

văn phòng

shu dian

hiệu sách

shang dian

cửa hiệu

hua dian

cửa hiệu bán hoa

chao shi

siêu thị

shi chang

chợ

bai huo shang dian

cửa hàng bách hóa

yu dian

người bán cá

gou wu zhong xin

trung tâm mua bán

hai gang

bến cảng

cheng shi - thành phố

gong yuan

công viên

chang deng

ghế băng

qiao

cầu

lou ti

cầu thang

di tie

tàu điện ngầm

sui dao

đường hầm

gong jiao che zhan

trạm xe buýt

jiu ba

quán bar

can guan

khách sạn

you tong

hòm thư công cộng

lu biao

bảng hiệu đường

ting che ji shi qi

đồng hồ đậu xe

dong wu yuan

vườn bách thú

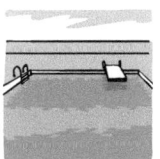

you yong guan

bể bơi

qing zhen si

nhà thờ Hồi giáo

nong chang

nông trại

wu ran

ô nhiễm môi trường

mu di

nghĩa trang

jiao tang

nhà thờ

cao chang

sân chơi

si miao

ngôi đền

di xing

phong cảnh

shu ye
lá cây

zhi shi pai
bảng chỉ đường

lu
lối đi

cao di
bãi cỏ

shi tou
hòn đá

shu
cây

tu bu lü xing zhe
người đi bộ đường dài

he
sông

cao
cỏ

hua
bông hoa

xia gu

thung lũng

shan

đồi

hu

hồ nước

sen lin

rừng

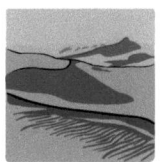

sha mo

sa mạc

huo shan

núi lửa

cheng bao

lâu đài

cai hong

cầu vồng

mo gu

nấm

zong lü shu

cây cọ

wen zi

con muỗi

cang ying

con ruồi

ma yi

con kiến

mi feng

con ong

zhi zhu

con nhện

jia chong

bọ cánh cứng

qing wa

con ếch

song shu

con sóc

ci wei

con nhím

ye tu

con thỏ

mao tou ying

con cú

niao

con chim

tian e

thiên nga

ye zhu

heo rừng

lu

con hươu

mi lu

nai sừng tấm

shui ba

đê

feng li fa dian ji

tuabin gió

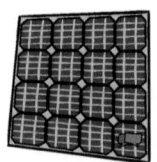

tai yang neng dian chi ban

tấm năng lượng mặt trời

qi hou

khí hậu

can guan
khách sạn

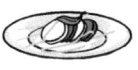

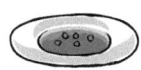

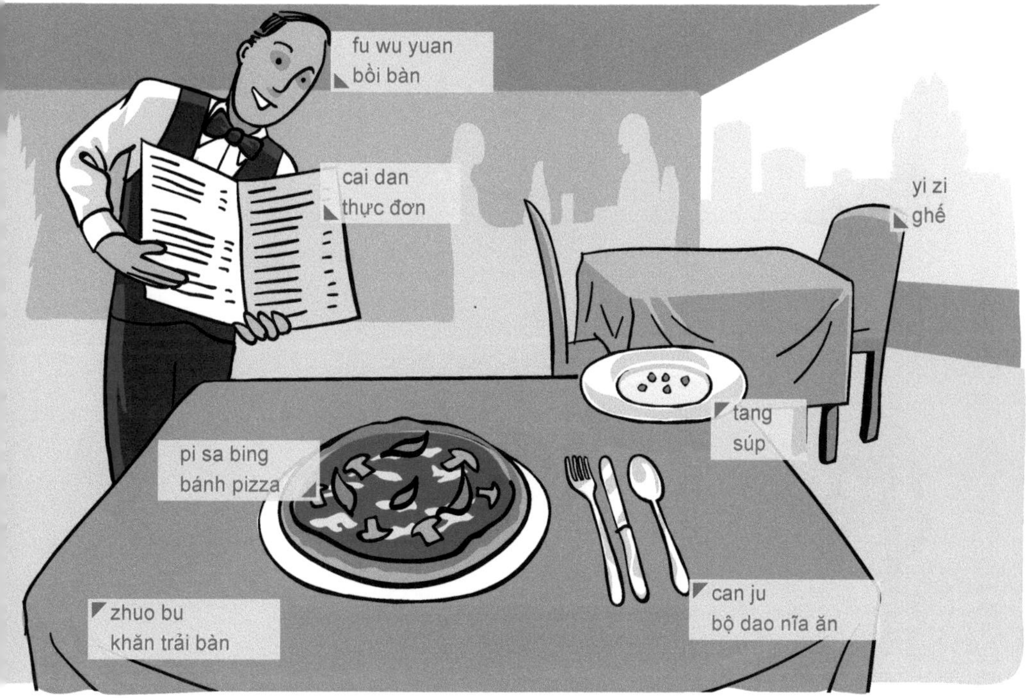
fu wu yuan
bồi bàn
cai dan
thực đơn
yi zi
ghế
tang
súp
pi sa bing
bánh pizza
can ju
bộ dao nĩa ăn
zhuo bu
khăn trải bàn

qian cai

món ăn khai vị

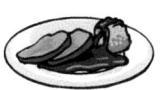

zhu cai

món ăn chính

tian dian

món tráng miệng

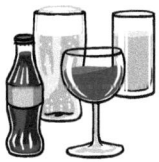

yin liao

thức uống

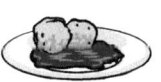

shi wu

thức ăn

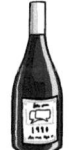

ping zi

cái chai

kuai can

thức ăn nhanh

jie bian xiao chi

thức ăn đường phố

cha hu

ấm trà

tang he

hộp đường

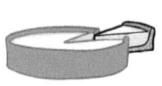

yi fen fan cai

khẩu phần

yi shi ka fei ji

máy pha espresso

gao jiao yi

ghế cao

zhang dan

hóa đơn

tuo pan

khay

dao

dao

can cha

nĩa

shao zi

thìa

cha chi

thìa uống trà

can jin

khăn ăn

bo li bei

cốc thủy tinh

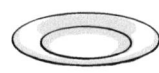

die zi

đĩa

tang pan

đĩa súp

die zi

đĩa lót cốc

jiang

nước sốt

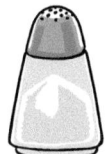

yan ping

lọ muối

hu jiao mo

cái xay tiêu

cu

giấm

shi yong you

dầu

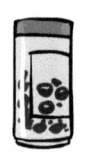

tiao wei liao

gia vị

fan qie jiang

nước xốt cà chua

jie mo

tương hạt cải

dan huang jiang

nước sốt mayonnaise

chao shi

siêu thị

te jia
chào giá đặc biệt
gu ke
khách hàng
FOR
ru zhi pin
sản phẩm từ sữa
shui guo
trái cây
gou wu che
xe đẩy mua sắm

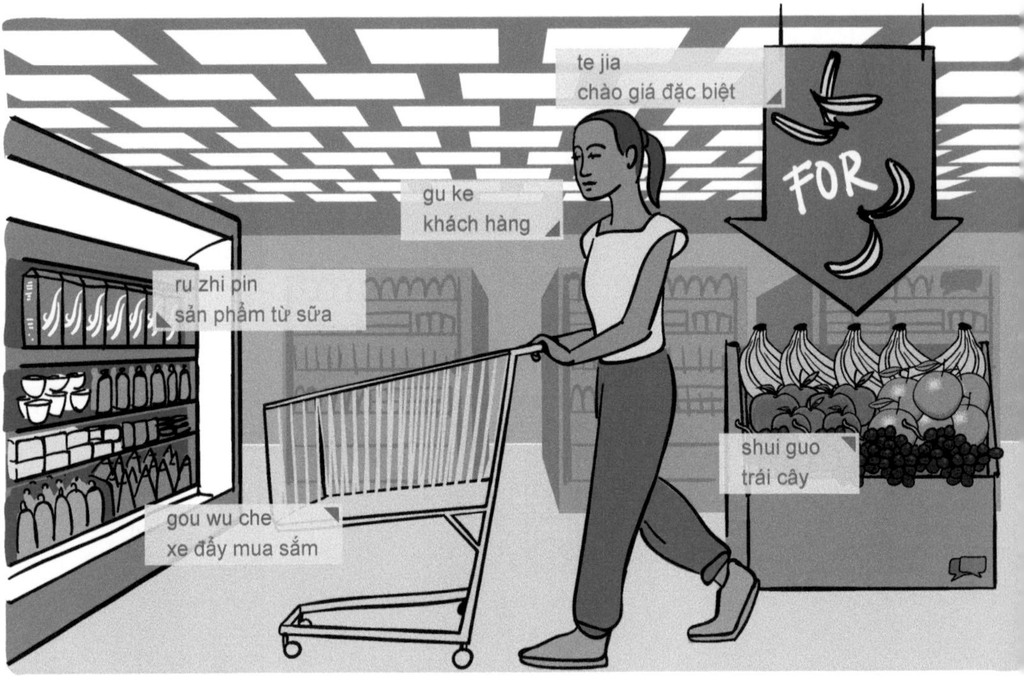

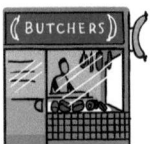

BUTCHERS

rou pu

lò mổ

BAKERY

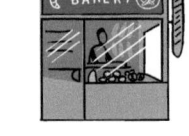

mian bao fang

cửa hiệu bán bánh mì

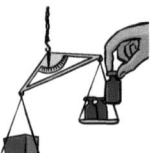

cheng zhong

cân nặng

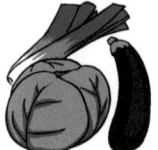

shu cai

rau quả

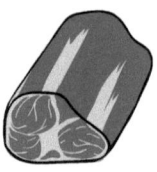

rou

thịt

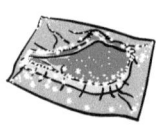

leng dong shi pin

thức ăn đông lạnh

leng pan

lát thịt nguội

guan tou shi pin

đồ hộp

xi yi fen

bột giặt

tian shi

đồ ngọt

ri yong pin

sản phẩm dùng trong gia đình

qing jie yong pin

chất tẩy rửa

xiao shou yuan

người bán hàng

shou yin ji

quầy trả tiền

shou yin yuan

nhân viên thu ngân

gou wu qing dan

danh sách mua sắm

kai fang shi jian

giờ mở cửa

qian bao

ví tiền

xin yong ka

thẻ tín dụng

dai zi

túi đeo

su liao dai

túi ny lông

shui

nước

guo zhi

nước quả ép

niu nai

sữa

ke le

coca-cola

hong jiu

rượu vang

pi jiu

bia

jiu

cồn

ke ke

cacao

cha

trà

ka fei

cà phê

yi shi nong suo ka fei

espresso

ka bu qi nuo

cappuccino

xiang jiao

chuối

ping guo

quả táo

cheng zi

quả cam

xi gua

dưa hấu

ning meng

chanh

hu luo bo

cà rốt

da suan

tỏi

zhu zi

tre

yang cong

củ hành

mo gu

nấm

jian guo

hạt dẻ

mian tiao

mì

yi da li mian tiao

mì spaghetti

mi fan

cơm

sha la

xà lách

shu tiao

khoai tây chiên

zha tu dou

khoai tây chiên

pi sa bing

bánh pizza

han bao bao

bánh hamburger

san ming zhi

bánh mì sandwich

zha zhu pai

thịt côtlet

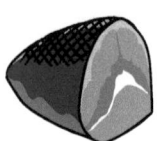

huo tui

thịt giăm bông

sa la mi

xúc xích

xiang chang

dồi

ji rou

gà

kao rou

rán

yu

cá

yan mai pian

cháo yến mạch

mu zi li

cháo muesli

yu mi pian

bánh bột ngô nướng

mian fen

bột mì

yang jiao mian bao

bánh sừng bò

mian bao juan

bánh mì

mian bao

bánh mì

kao mian bao

bánh mì nướng

bing gan

bánh bích quy

huang you

bơ

ning ru

sữa đông

dan gao

bánh ngọt

dan

trứng

jian dan

trứng rán

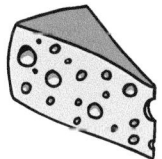

nai lao

pho mát

bing ji lin

kem

tang

đường

feng mi

mật ong

guo jiang

mứt

qiao ke li jiang

kem nougat

ga li fan

cà ri

nong chang
nông trại

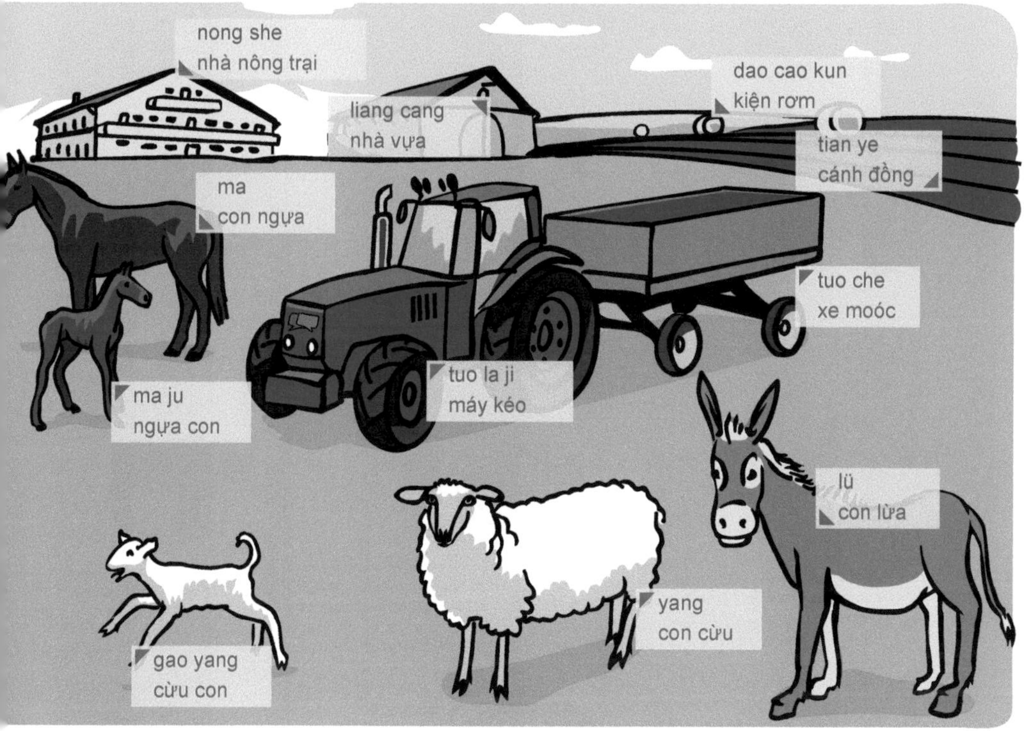

nong she
nhà nông trại
dao cao kun
kiện rơm
liang cang
nhà vựa
tian ye
cánh đồng
ma
con ngựa
tuo che
xe moóc
tuo la ji
máy kéo
ma ju
ngựa con
lü
con lừa
yang
con cừu
gao yang
cừu con

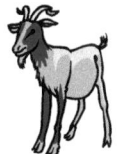

shan yang

con dê

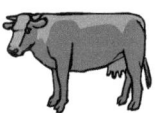

nai niu

con bò

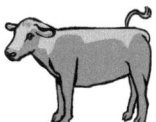

niu du

con bê

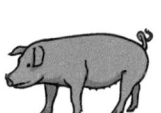

zhu

con lợn

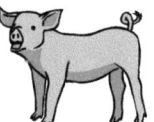

xiao zhu

lợn con

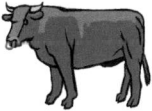

gong niu

bò đực

e

con ngỗng

ya

con vịt

xiao ji

gà con

mu ji

gà mái

gong ji

gà trống

shu

con chuột

mao

mèo

lao shu

chuột nhắt

niu

bò đực

gou

con chó

gou wu

nhà chuồng chó

hua yuan jiao shui ruan guan

ống tưới vườn cây

sa shui hu

thùng tưới cây

chang bing da lian dao

lưỡi hái

li

cái cày

lian dao

cái liềm

chu tou

cái cuốc

chang bing cao pa

cái chĩa

fu tou

cái rìu

du lun shou tui che

xe cút kít

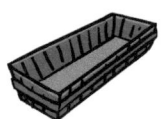

si liao cao

máng ăn

niu nai guan

lọ sữa

ma bu dai

bao tải

zha lan

hàng rào

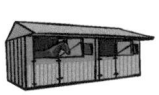

ma jiu

chuồng

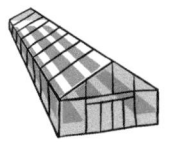

wen shi

nhà kính trồng cây

tu rang

đất trồng

zhong zi

hạt giống

fei liao

phân bón

lian he shou ge ji

máy gặt đập liên hợp

shou ge

thu hoạch

shou ge

mùa thu hoạch

shan yao

khoai lang

xiao mai

lúa mì

da dou

đậu nành

tu dou

khoai tây

yu mi

ngô

you cai zi

hạt cải dầu

guo shu

cây ăn trái

shu shu

sắn

gu wu

ngũ cốc

fang zi
nhà

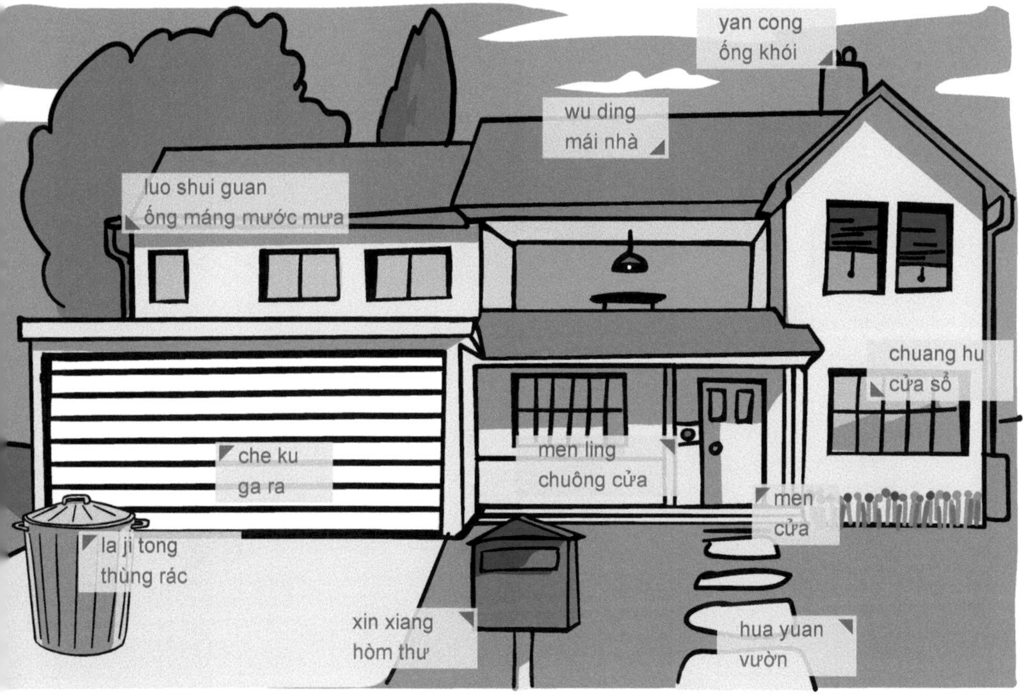

yan cong
ống khói
wu ding
mái nhà
luo shui guan
ống máng mước mưa
chuang hu
cửa sổ
che ku
ga ra
men ling
chuông cửa
men
cửa
la ji tong
thùng rác
xin xiang
hòm thư
hua yuan
vườn

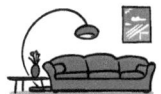

ke ting

phòng khách

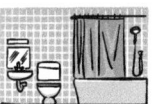

yu shi

phòng tắm

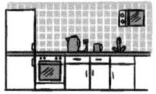

chu fang

bếp

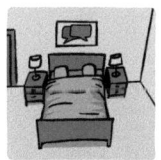

wo shi

phòng ngủ

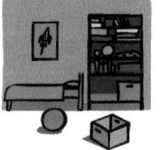

er tong fang

phòng trẻ em

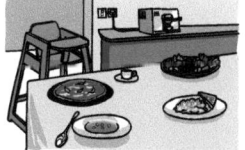

can ting

phòng ăn

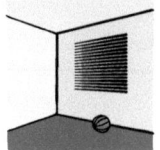

di ban

nền nhà

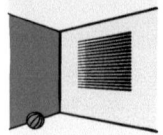

qiang bi

tường

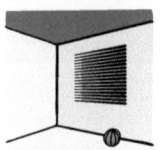

diao ding

trần nhà

di jiao

tầng hầm

sang na

tắm hơi

yang tai

ban công

lu tai

sân hiên

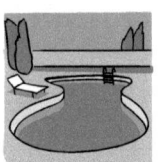

you yong chi

bể bơi

ge cao ji

máy cắt cỏ

bei dan

khăn trải giường

chuang zhao

khăn trải giường

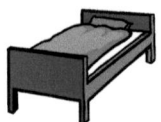

chuang

giường

sao zhou

chổi

shui tong

cái xô

kai guan

công tắc điện

ke ting
phòng khách

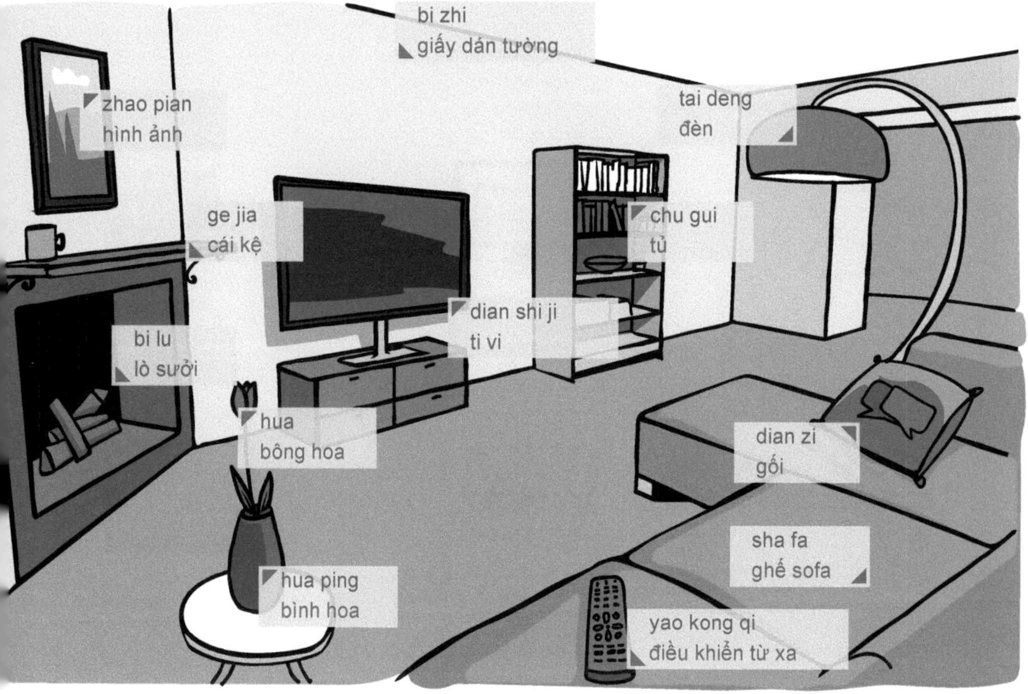

bi zhi
giấy dán tường
zhao pian
hình ảnh
tai deng
đèn
ge jia
cái kệ
chu gui
tủ
dian shi ji
ti vi
bi lu
lò sưởi
hua
bông hoa
dian zi
gối
sha fa
ghế sofa
hua ping
bình hoa
yao kong qi
điều khiển từ xa

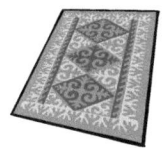

di tan

thảm

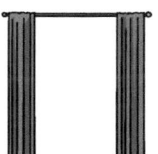

chuang lian

rèm

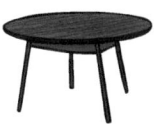

can zhuo

cái bàn

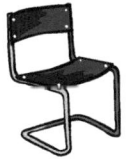

yi zi

ghế

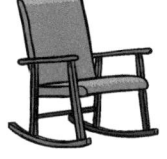

yao yi

ghế bập bênh

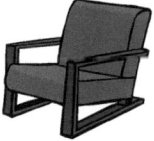

fu shou yi

ghế bành

shu

sách

tan zi

cái chăn

zhuang shi pin

đồ trang trí

mu chai

củi

dian ying

phim

gao bao zhen yin xiang

máy hi-fi

yao shi

chìa khóa

bao zhi

báo

you hua

bức tranh

hai bao

áp phích

shou yin ji

radio

bi ji ben

sổ ghi chép

xi chen qi

máy hút bụi

xian ren zhang

cây xương rồng

la zhu

cây nến

chu fang
bếp

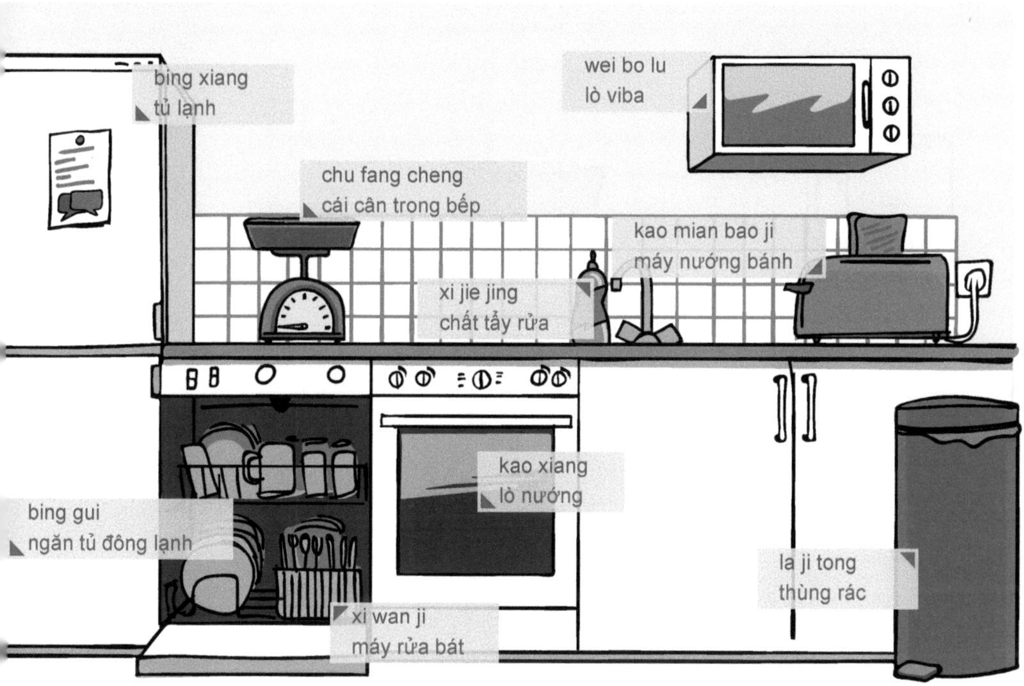
bing xiang
tủ lạnh
wei bo lu
lò viba
chu fang cheng
cái cân trong bếp
kao mian bao ji
máy nướng bánh
xi jie jing
chất tẩy rửa
kao xiang
lò nướng
bing gui
ngăn tủ đông lạnh
la ji tong
thùng rác
xi wan ji
máy rửa bát

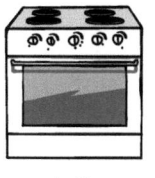

chui ju
lò nấu

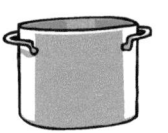

guo
nồi

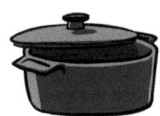

zhu tie guo
nồi sắt

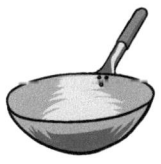

sha guo
chảo

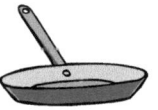

ping di guo
chảo

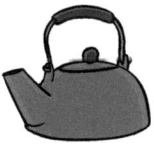

shui hu
ấm đun nước

zheng guo

nồi đun hơi

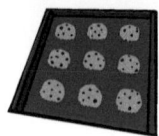

kao pan

khay lò nướng

tao ci guo

bát đĩa

ma ke bei

cốc

wan

cái bát

kuai zi

đũa

chang bing shao

cái vá

chan zi

bàn xẻng

jiao ban qi

que đánh kem

lü wang

rây dùng trong bếp

shai zi

cái rây lọc

mo sui ji

cái nạo

yan bo

vữa

shao kao

vỉ nướng

ming huo

ngọn lửa trần

cai ban
cái thớt

gan mian zhang
trục cán bột

kai ping qi
cái mở nút chai

guan zi
vỏ đồ hộp

kai ping qi
cái mở vỏ đồ hộp

ge re shou tao
miếng nhấc nồi

shui cao
bồn rửa bát

shua zi
bàn chải

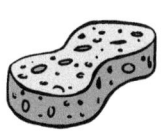

hai mian
miếng xốp

jiao ban ji
máy xay

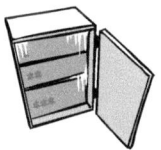

leng cang xiang
tủ đông lạnh

nai ping
bình sữa cho trẻ sơ sinh

shui long tou
vòi nước

yu shi
phòng tắm

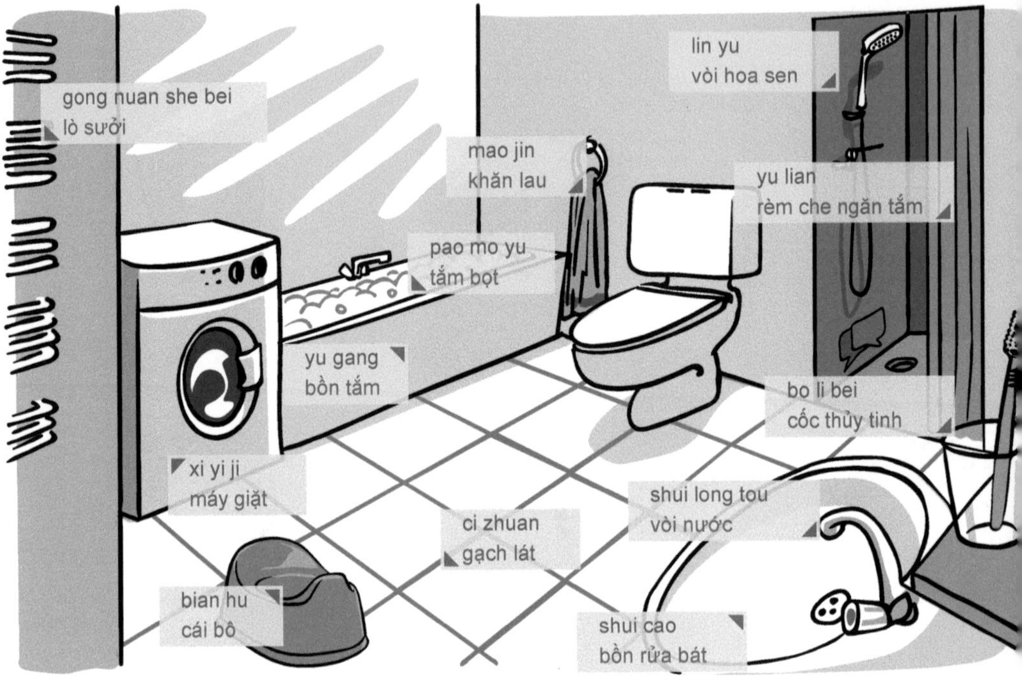
gong nuan she bei
lò sưởi
mao jin
khăn lau
lin yu
vòi hoa sen
yu lian
rèm che ngăn tắm
pao mo yu
tắm bọt
yu gang
bồn tắm
bo li bei
cốc thủy tinh
xi yi ji
máy giặt
shui long tou
vòi nước
ci zhuan
gạch lát
bian hu
cái bô
shui cao
bồn rửa bát

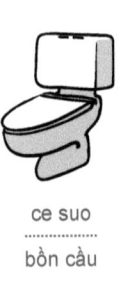

ce suo

bồn cầu

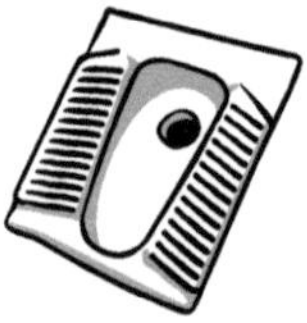

dun bian qi

bồn cầu ngồi xổm

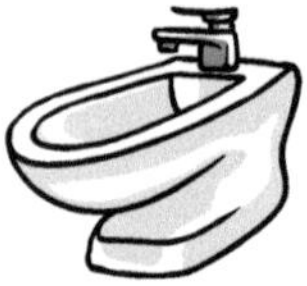

zuo yu qi

bồn rửa hậu môn

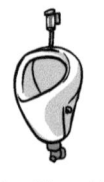

xiao bian chi

bồn tiểu tiện

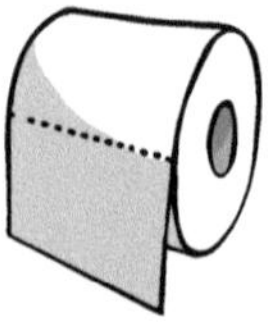

ce zhi

giấy vệ sinh

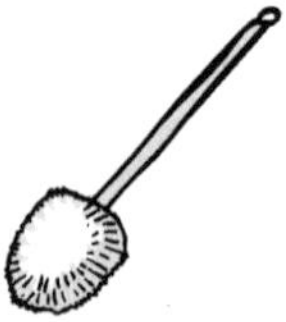

ma tong shua

bàn chải cọ bồn cầu

ya shua

bàn chải đánh răng

ya gao

kem đánh răng

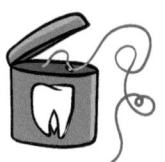

ya xian

chỉ nha khoa

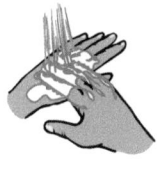

xi

rửa

shou chi shi pen lin tou

vòi sen cầm tay

chong xi qi

vòi rửa hậu môn

xi lian pen

bồn rửa

ca bei shua

bàn chải cọ lưng

fei zao

xà phòng

mu yu lu

sữa tắm

xi fa shui

dầu gội

fa lan rong

khăn cọ để tắm

pai shui

lỗ thoát nước

ru shuang

kem

chu chou ji

chất khử mùi

jing zi

gương

shou jing

gương tay

ti xu dao

dao cạo râu

ti xu pao mo

kem cạo râu

xu hou shui

nước thơm dùng sau khi
cạo râu

shu zi

cái lược

shua zi

bàn chải

chui feng ji

máy xấy tóc

pen fa ding xing ji

keo xịt tóc

hua zhuang pin

đồ trang điểm

chun gao

thỏi son môi

zhi jia you

sơn bôi móng

hua zhuang mian

bông

zhi jia jian

kéo cắt móng

xiang shui

nước hoa

xi shu bao

túi đựng đồ tắm

deng zi

ghế đẩu

ji zhong cheng

cái cân

yu pao

áo choàng tắm

xiang jiao shou tao

găng tay làm vệ sinh

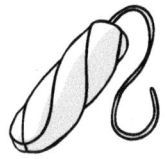

wei sheng mian tiao

nút gạc

wei sheng jin

băng vệ sinh

hua xue ce suo

nhà vệ sinh hóa chất

er tong fang

phòng trẻ em

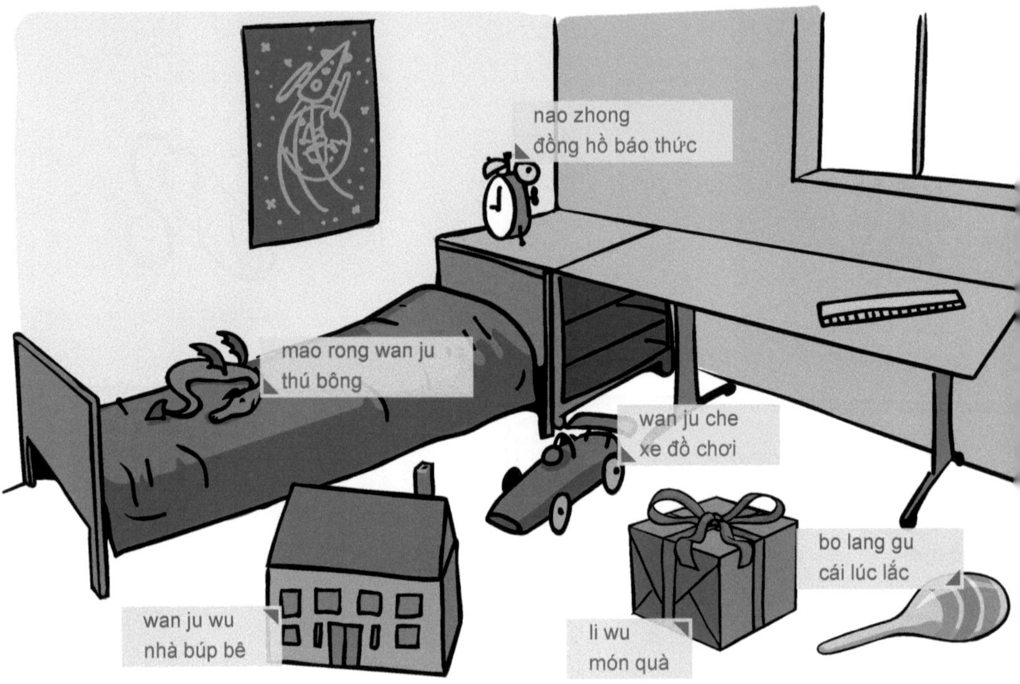

nao zhong
đồng hồ báo thức
mao rong wan ju
thú bông
wan ju che
xe đồ chơi
bo lang gu
cái lúc lắc
wan ju wu
nhà búp bê
li wu
món quà

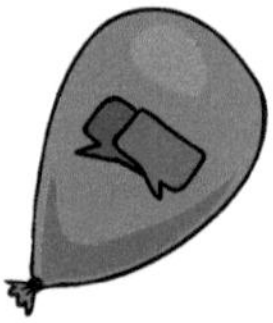

qi qiu

bong bóng

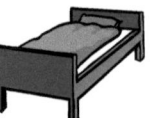

chuang

giường

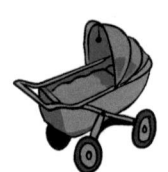

(yang wa wa yong)ying er che

xe nôi

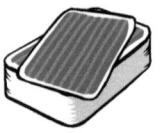

pu ke pai

trò chơi bài

pin tu

trò chơi ghép hình

SUPER MEGA

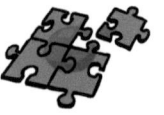

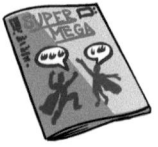

man hua

truyện tranh

le gao ji mu

gạch Lego

ji mu wan ju

khối xếp hình

wan ju ren

nhân vật hành động

ying er fu

o liền quần cho trẻ sơ sinh

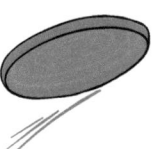

fei pan

đĩa nhựa để ném

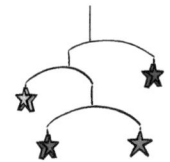

chuang ling wan ju

đồ chơi treo trên giường

qi pan you xi

trò chơi cờ bàn

shai zi

xúc xắc

huo che mo xing

đồ chơi xe lửa mô hình

an fu nai zui

ti giả

ju hui

buổi tiệc

hui ben

sách tranh

qiu

quả bóng

yang wa wa

búp bê

wan

chơi

sha keng

hố cát

qiu qian

cái đu

wan ju

đồ chơi

you xi ji

máy chơi game cầm tay

san lun che

xe ba bánh

tai di xiong

gấu bông

yi chu

tủ quần áo

yi fu

y phục

wa zi

bít tất

chang wa

bít tất dài

jin shen ku

quần tất

wei jin
khăn choàng cổ

yu san
ô che mưa

T xu
áp phông

pi dai
dây thắt lưng

xue zi
ủng

tuo xie
dép đi trong nhà

yun dong xie
giày sneaker

liang xie
dép xăng đan

xie
giày

yu xue
ủng cao su

nei ku
quần lót

xiong zhao
áo ngực

bei xin
áo vest

yi fu - y phục

shen ti

áo ôm sát cơ thể

ku zi

quần dài

niu zai ku

quần bò

duan qun

váy

nü shi chen shan

áo cánh

chen shan

áo sơ mi

tao tou shan

áo len chui đầu

wei yi

áo len

xi zhuang jia ke

áo blazer

jia ke

áo jacket

wai tao

áo khoác

yu yi

áo mưa

tao zhuang

trang phục

lian yi qun

áo váy

hun sha

áo cưới

xi zhuang

bộ com lê

shui pao

áo ngủ

shui yi

pijama

sha li

trang phục sari

tou jin

khăn trùm đầu

bao tou jin

khăn đội đầu

bo ka

áo burka

ka fu tan

áo captan

(a la bo shi)chang pao

áo aba

yong yi

quần áo bơi

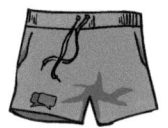

nan shi yong ku

quần bơi

duan ku

quần đùi

yun dong fu

quần áo tracksuit

wei qun

tạp dề

shou tao

găng tay

niu kou

cái cúc

yan jing

kính mắt

shou lian

vòng đeo tay

xiang lian

vòng cổ

jie zhi

nhẫn

er huan

hoa tai

bian mao

mũ lưỡi trai

yi jia

cái mắc treo áo quần

mao zi

mũ

ling dai

cà vạt

la lian

dây kéo phéc mơ tuya

tou kui

mũ bảo hiểm

bei dai

dây đeo quần

xiao fu

đồng phục học sinh

zhi fu

đồng phục

yi fu - y phục

wei dou

yếm trẻ em

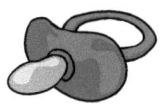

an fu nai zui

ti giả

niao bu shi

tã lót

ban gong shi
văn phòng

fu wu qi
máy chủ

wen jian gui
tủ hồ sơ

da yin ji
máy in

zhi
giấy

xian shi ping
màn hình

ban gong zhuo
bàn làm việc

shu biao
chuột máy tính

wen jian jia
thư mục

jian pan
bàn phím

fei zhi kuang
thùng rác giấy

dian nao
máy tính

yi zi
ghế

ka fei bei

cốc cà phê

ji suan qi

máy tính bỏ túi

yin te wang

internet

bi ji ben dian nao

laptop

xin jian

thư

xiao xi

tin nhắn

shou ji

điện thoại di động

wang luo

mạng

fu yin ji

máy photocopy

ruan jian

phần mềm

dian hua

điện thoại

cha zuo

ổ cắm điện

chuan zhen ji

máy fax

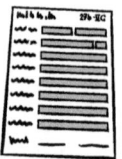

biao ge

mẫu đơn

wen jian

chứng từ

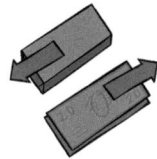

mai

mua

fu qian

trả tiền

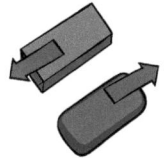

jiao yi

buôn bán

xian jin

tiền

 **USD**

mei yuan

đô la

 **EUR**

ou yuan

Euro

 **JPY**

ri yuan

yên

 **RUB**

lu bu

rúp

 **CHF**

rui shi fa lang

franc Thụy Sĩ

 **CNY**

ren min bi

nhân dân tệ

 **INR**

lu bi

rupi

ti kuan chu

máy rút tiền tự động

wai bi dui huan chu

quầy đổi tiền

jin

vàng

yin

bạc

shi you

dầu

neng yuan

năng lượng

jia ge

giá tiền

he tong

hợp đồng

shui jin

thuế

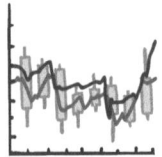

gu piao

cổ phiếu

gong zuo

làm việc

zhi yuan

nhân viên

lao ban

chủ lao động

gong chang

nhà máy

shang dian

cửa hiệu

zhi ye
nghề nghiệp

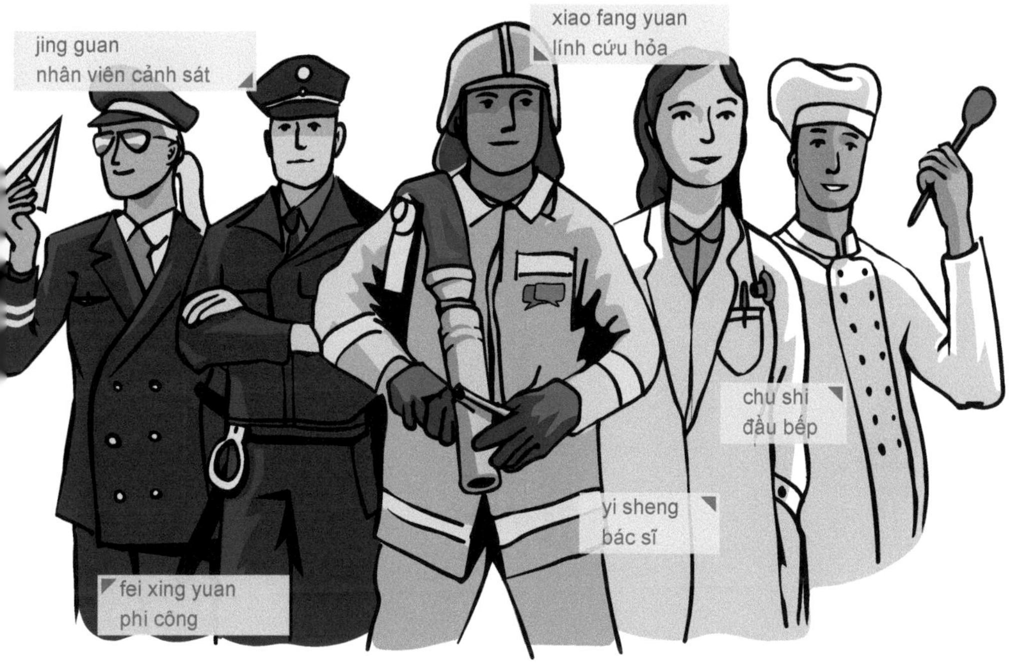
xiao fang yuan
lính cứu hỏa
jing guan
nhân viên cảnh sát
chu shi
đầu bếp
yi sheng
bác sĩ
fei xing yuan
phi công

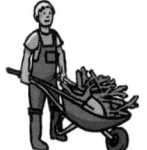

yuan ding

người làm vườn

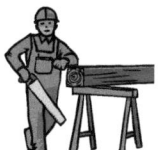

mu jiang

thợ mộc

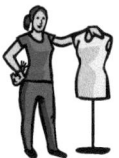

cai feng

thợ may

fa guan

chánh án

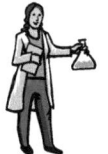

hua xue jia

nhà hóa học

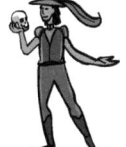

yan yuan

diễn viên

gong jiao che si ji

tài xế xe buýt

chu zu che si ji

người lái taxi

yu fu

ngư dân

qing jie nü gong

người lau dọn vệ sinh

wu ding gong

thợ lợp mái nhà

fu wu yuan

bồi bàn

lie ren

thợ săn

hua jia

họa sĩ

mian bao shi

thợ làm bánh

dian gong

thợ điện

jian zhu gong ren

thợ xây dựng

gong cheng shi

kỹ sư

tu fu

người hàng thịt

shui guan gong

thợ sửa ống nước

you di yuan

người đưa thư

shi bing

người lính

jian zhu shi

kiến trúc sư

shou yin yuan

nhân viên thu ngân

hua nong

người bán hoa

li fa shi

thợ cắt tóc

shou piao yuan

nhân viên soát vé

ji xie shi

thợ cơ khí

chuan zhang

thuyền trưởng

ya yi

nha sĩ

ke xue jia

nhà khoa học

la bi

giáo sĩ Do thái

yi ma mu

lãnh tụ Hồi giáo

he shang

nhà sư

mu shi

mục sư

gong ju
dụng cụ

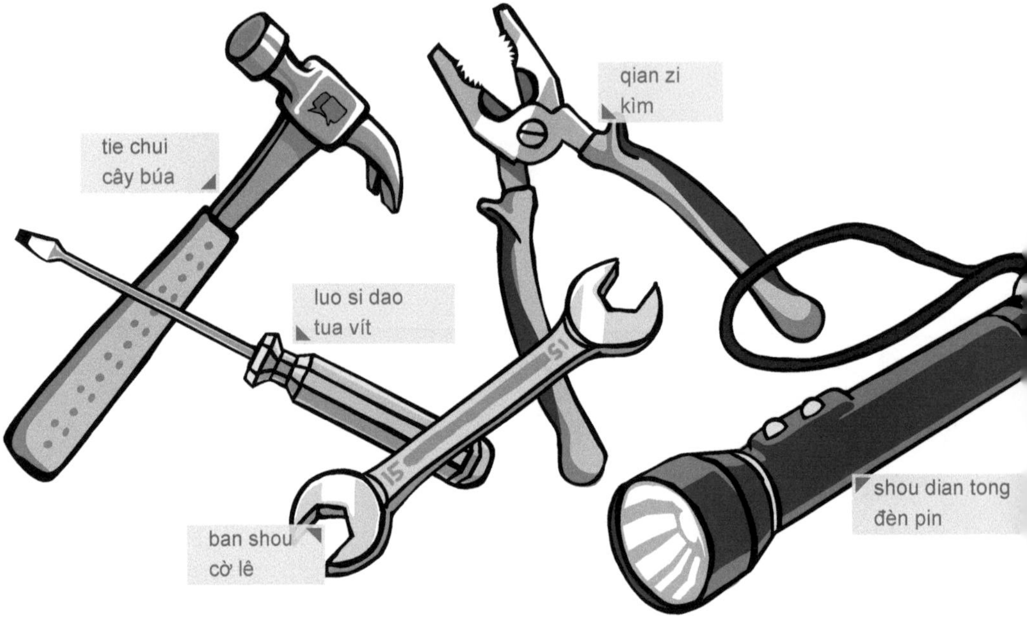

tie chui
cây búa
qian zi
kìm
luo si dao
tua vít
ban shou
cờ lê
shou dian tong
đèn pin

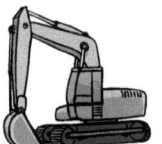

wa jue ji

máy xúc đất

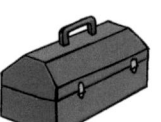

gong ju xiang

hộp dụng cụ

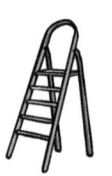

ti zi

cái thang

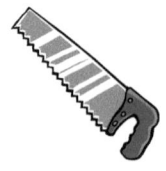

ju zi

cưa

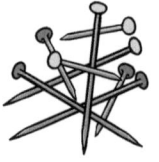

ding zi

đinh

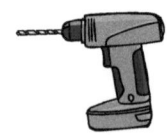

zuan ji

máy khoan

xiu

sửa chữa

chan zi

cái xẻng

kao!

khốn nạn!

bo ji

cái hót rác

you qi tong

thùng sơn

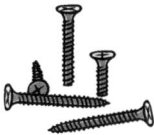

luo si

vít

yue qi
nhạc cụ

yang sheng qi
loa

da ji yue qi
bộ trống

ji ta
đàn ghi ta

di yin ti qin
đàn công tra bát

xiao hao
kèn trompet

gang qin

đàn piano

xiao ti qin

đàn vĩ cầm

bei si

ghi ta bass

ding yin gu

trống định âm

gu

trống

dian zi qin

đàn organ

sa ke si guan

kèn Saxophone

chang di

sáo

mai ke feng

micro

dong wu yuan
vườn bách thú

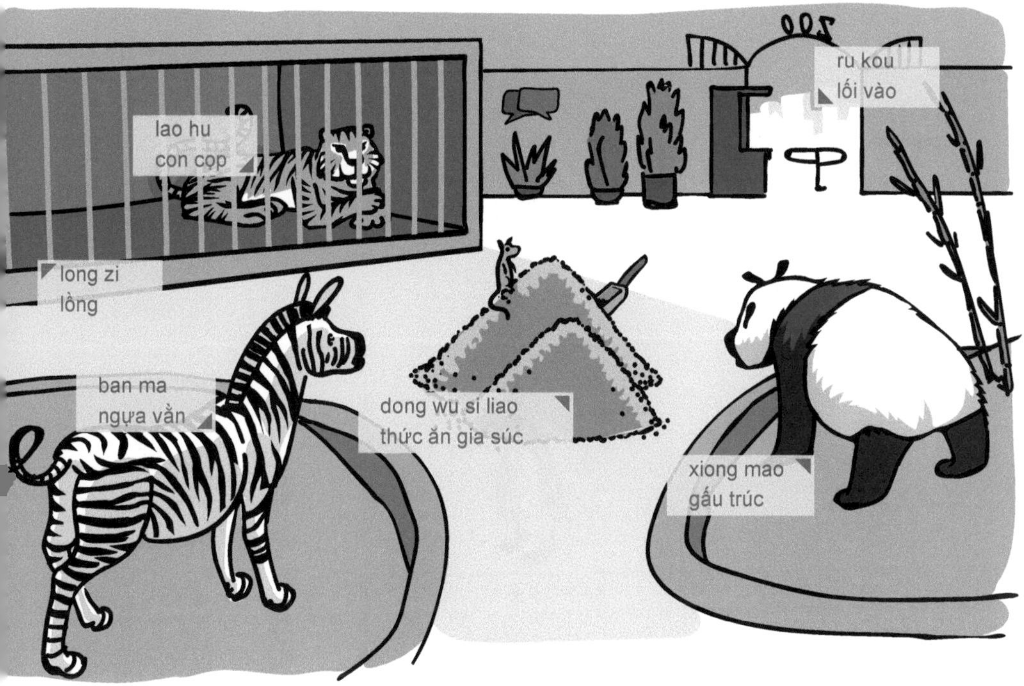

lao hu
con cọp
ru kou
lối vào
long zi
lồng
ban ma
ngựa vằn
dong wu si liao
thức ăn gia súc
xiong mao
gấu trúc

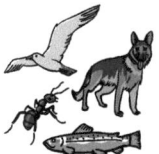

dong wu
động vật

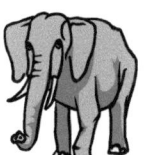

da xiang
con voi

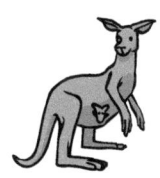

dai shu
chuột túi

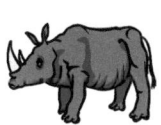

xi niu
tê giác

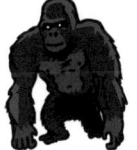

da xing xing
khỉ đột

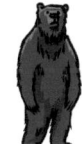

xiong
con gấu

luo tuo

lạc đà

tuo niao

đà điểu

shi zi

sư tử

hou zi

con khỉ

huo lie niao

hồng hạc

ying wu

con vẹt

bei ji xiong

gấu bắc cực

qi e

chim cánh cụt

sha yu

cá mập

kong que

con công

she

con rắn

e yu

cá sấu

dong wu yuan guan li yuan

người trông giữ vườn bách thú

hai bao

hải cẩu

mei zhou bao

báo đốm

60 dong wu yuan - vườn bách thú

ai zhong ma

ngựa lùn

bao

con báo

he ma

hà mã

chang jing lu

hươu cao cổ

lao ying

đại bàng

ye zhu

heo rừng

yu

cá

gui

con rùa

hai xiang

hải mã

hu li

con cáo

ling yang

linh dương

gan lan qiu
bóng bầu dục Mỹ

qi zi xing che
đua xe đạp

wang qiu
quần vợt

lan qiu
bóng rổ

you yong
bơi

quan ji
đấm bốc

bing qiu
khúc côn cầu trên băng

ying shi zu qiu

bóng đá

yu mao qiu

cầu lông

tian jing

điền kinh

shou qiu

bóng ném

hua xue

trượt tuyết

ma qiu

polo

huo dong
các hoạt động

tiao
nhảy
yong bao
ôm
xiao
cười
zou lu
đi bộ
chang
ca hát
zuo meng
mơ
qi dao
cầu nguyện
qin wen
hôn

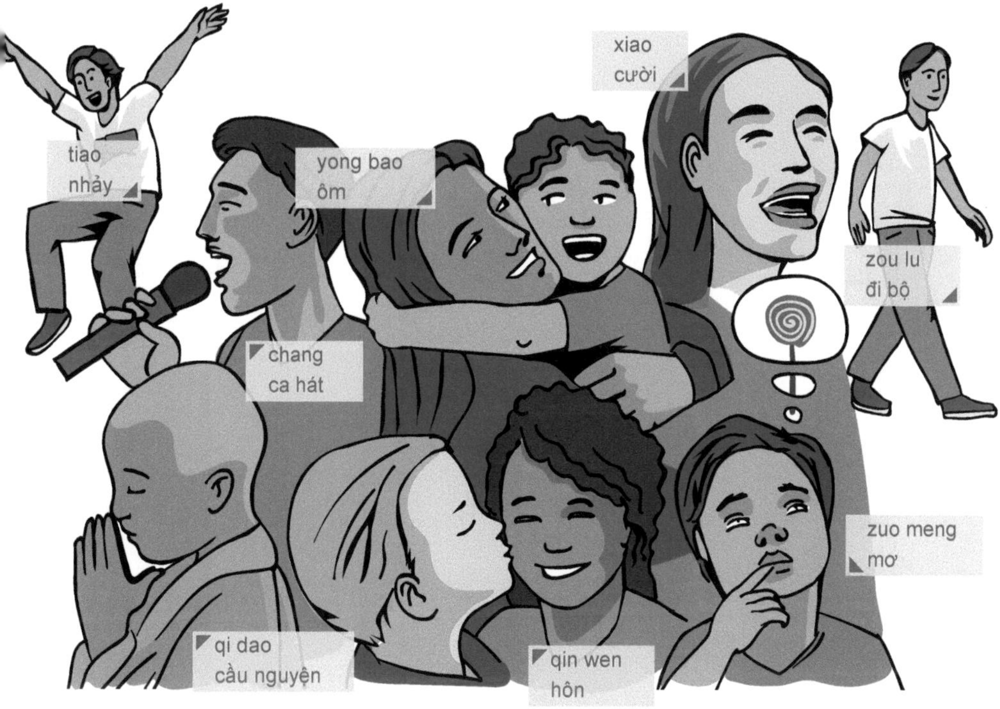

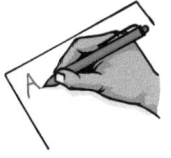

shu xie

viết

hua

vẽ

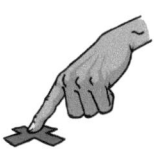

zhan shi

chỉ trỏ

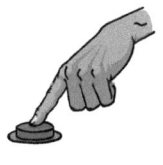

tui

đẩy

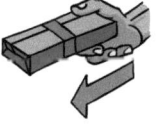

gei

cho

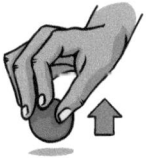

na

lấy đi

you
....
có

zuo
....
làm

dang
....
thì / là

zhan
....
đứng

pao
....
chạy

la
....
kéo

reng
....
ném

shuai dao
....
rơi

tang
....
nằm

deng dai
....
chờ đợi

xie dai
....
mang vác

zuo
....
ngồi

chuan yi
....
mặc quần áo

shui jiao
....
ngủ

xing lai
....
thức dậy

kan

xem

ku

khóc

fu mo

vuốt ve

shu tou

chải

jiao tan

nói chuyện

ming bai

hiểu

wen

câu hỏi

ting

nghe

he

uống

chi

ăn

qing li

dọn dẹp

ai

yêu

zuo fan

nấu nướng

kai che

lái xe

fei

bay

hang xing

đi thuyền buồm

ji suan

tính toán

du

đọc

xue xi

học

gong zuo

làm việc

jie hun

cưới

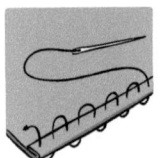

feng

khâu vá

shua ya

đánh răng

sha

giết

chou yan

hút thuốc

ji

gửi đi

mu
nội (ngoại)

zu fu
ông nội (ngoại)

fu qin
cha

mu qin
mẹ

ying tong
trẻ con

nü er
con gái

er zi
con trai

ke ren

khách

a yi

cô (dì)

shu shu

chú, bác (cậu)

xiong di

anh (em) trai

jie mei

chị (em) gái

shen ti

cơ thể

qian e
trán
yan jing
mắt
jian bang
vai
shou zhi
ngón tay
lian
mặt
xia ba
cằm
shou
bàn tay
tui
chân
ru fang
ngực
shou bi
cánh tay

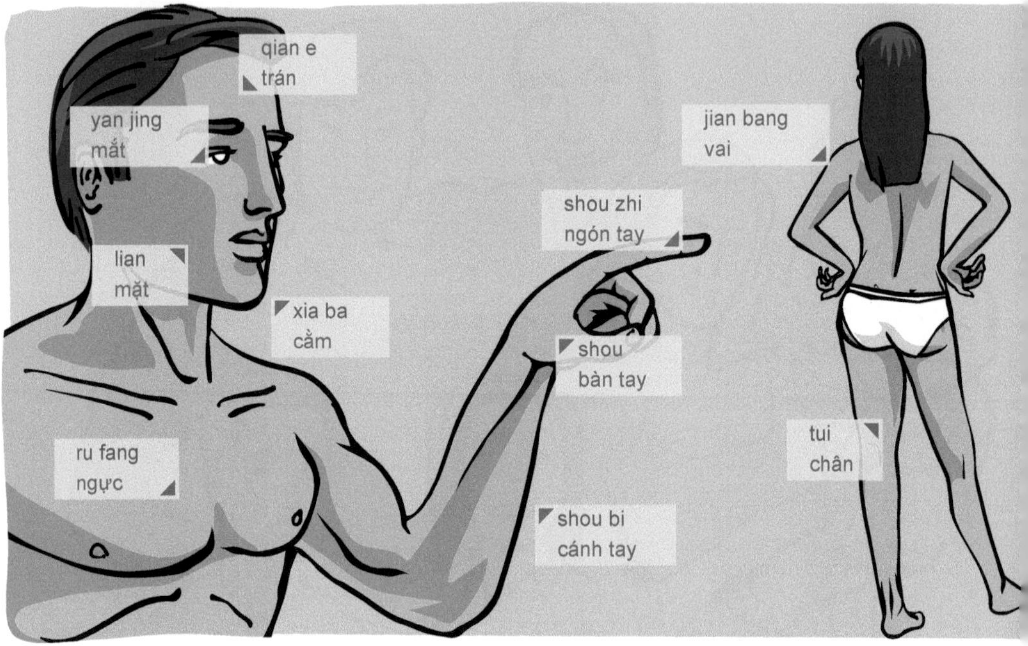

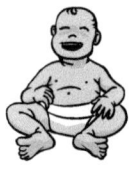

ying tong
trẻ con

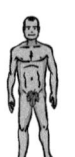

nan ren
đàn ông

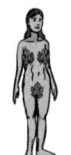

nü ren
phụ nữ

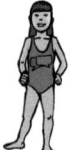

nü hai
bé gái

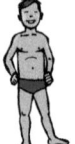

nan hai
bé trai

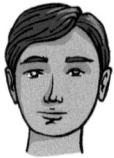

tou
đầu

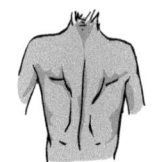

bei bu

lưng

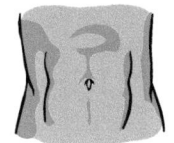

du zi

bụng

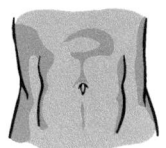

du qi

rốn

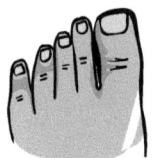

jiao zhi

ngón chân

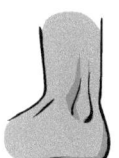

jiao hou gen

gót chân

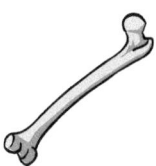

gu tou

xương

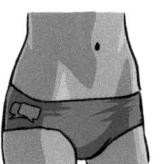

tun bu

hông

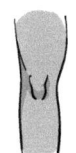

xi gai

đầu gối

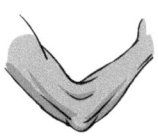

shou zhou

khuỷu tay

bi zi

mũi

pi gu

mông

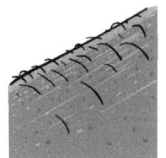

pi fu

da

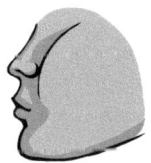

lian jia

má

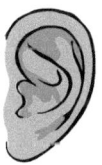

er duo

tai

zui chun

môi

zui

miệng

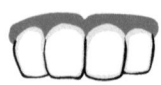

ya chi

răng

she tou

lưỡi

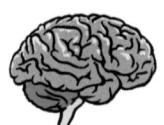

nao

não

xin zang

tim

ji rou

cơ bắp

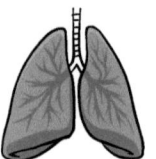

fei

phổi

gan zang

gan

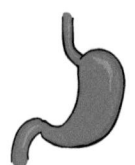

wei

dạ dày

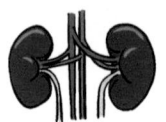

shen zang

thận

xing jiao

giao hợp

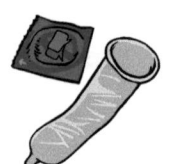

bi yun tao

bao cao su

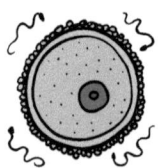

luan zi

noãn

jing zi

tinh dịch

huai yun

mang thai

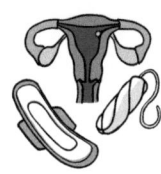

yue jing

kinh nguyệt

yin dao

âm vật

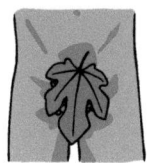

yin jing

dương vật

mei mao

lông mày

tou fa

tóc

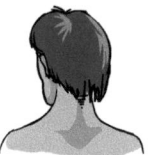

bo zi

cổ

yi yuan

bệnh viện

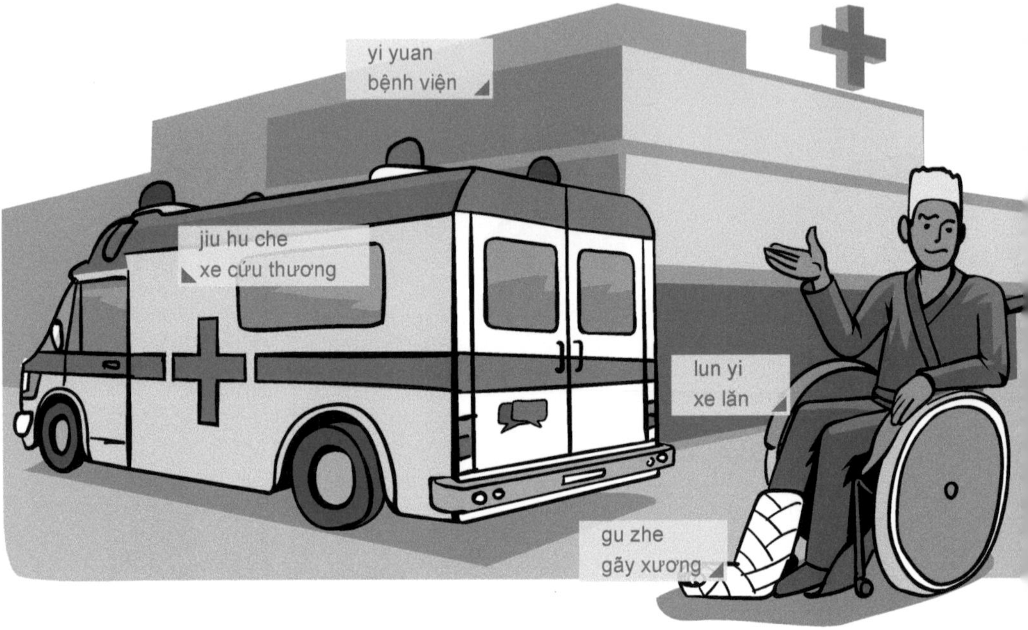

yi yuan
bệnh viện
jiu hu che
xe cứu thương
lun yi
xe lăn
gu zhe
gãy xương

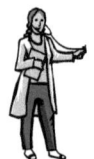

yi sheng

bác sĩ

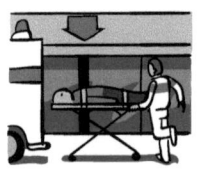

ji zhen shi

phòng cấp cứu

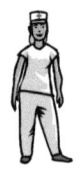

hu shi

y tá

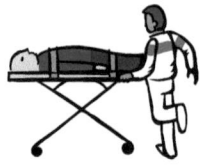

jin ji qing kuang

cấp cứu

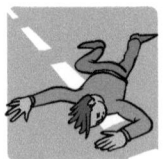

hun mi

bất tỉnh

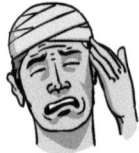

tong

cơn đau

shou shang

bị thương

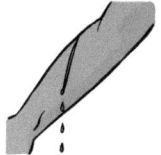

chu xue

chảy máu

xin zang bing fa zuo

nhồi máu cơ tim

zhong feng

đột quỵ

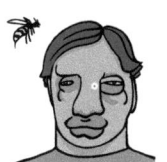

guo min

dị ứng

ke sou

ho

fa shao

sốt

liu gan

cúm

fu xie

tiêu chảy

tou tong

đau đầu

ai zheng

ung thư

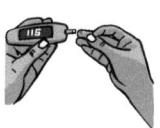

tang niao bing

bệnh tiểu đường

wai ke yi sheng

bác sĩ phẫu thuật

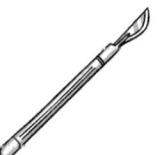

shou shu dao

dao mổ

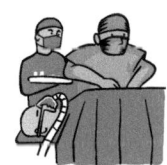

shou shu

giải phẫu

CT

chụp cắt lớp

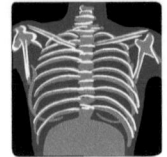

X guang

chụp x-quang

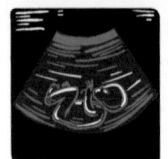

chao sheng bo

siêu âm

kou zhao

mặt nạ

ji bing

bệnh

hou zhen shi

phòng đợi

guai zhang

cái nạng

shi gao

băng dán vết thương

beng dai

băng bó

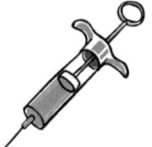

zhu she

tiêm thuốc

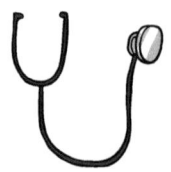

ting zhen qi

ống nghe khám bệnh

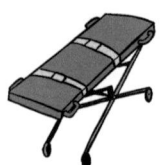

dan jia

băng ca

ti wen ji

nhiệt kế

chu sheng

sinh đẻ

chao zhong

thừa cân

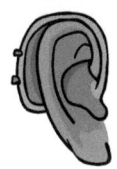

zhu ting qi

máy trợ thính

xiao du ye

chất khử trùng

gan ran

nhiễm trùng

bing du

vi rút

ai zi bing

HIV / AIDS

yao wu

thuốc

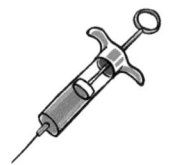

jie zhong yi miao

tiêm chủng

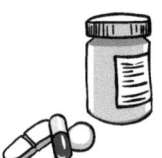

yao pian

thuốc viên

yao wan

viên thuốc

ji jiu dian hua

gọi cấp cứu

xue ya ji

máy đo huyết áp

sheng bing/jian kang

bệnh / khỏe mạnh

jiu ming!

cứu!

jing bao

báo động

tu ji

cuộc đột kích

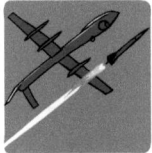

gong ji

sự tấn công

wei xian

mối nguy hiểm

jin ji chu kou

lối thoát hiểm

zhao huo la!

cháy!

mie huo qi

bình chữa cháy

yi wai

tai nạn

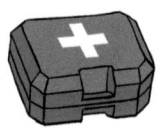

ji jiu xiang

bộ dụng cụ sơ cứu

hu jiu xin hao

SOS

jing cha

cảnh sát

ou zhou

châu Âu

bei mei zhou

Bắc Mỹ

nan mei zhou

Nam Mỹ

fei zhou

châu Phi

ya zhou

châu Á

ao zhou

châu Úc

da xi yang

Đại Tây Dương

tai ping yang

Thái Bình Dương

yin du yang

Ấn Độ Dương

nan bing yang

Nam Cực Dương

bei bing yang

Bắc Băng Dương

bei ji

bắc cực

nan ji

nam cực

nan ji zhou

nam cực

di qiu

trái đất

lu di

đất liền

hai

biển

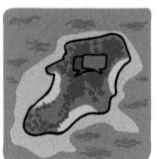

dao

đảo

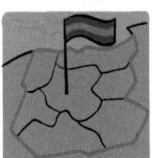

guo jia

quốc gia

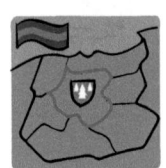

guo jia

nhà nước

zhong mian

mặt đồng hồ

shi zhen

kim chỉ giờ

fen zhen

kim chỉ phút

miao zhen

kim chỉ giây

xian zai ji dian?

Bây giờ là mấy giờ?

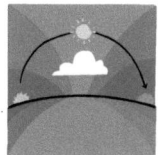

tian

ngày

shi jian

thời gian

xian zai

bây giờ

dian zi biao

đồng hồ điện tử

fen

phút

shi

giờ

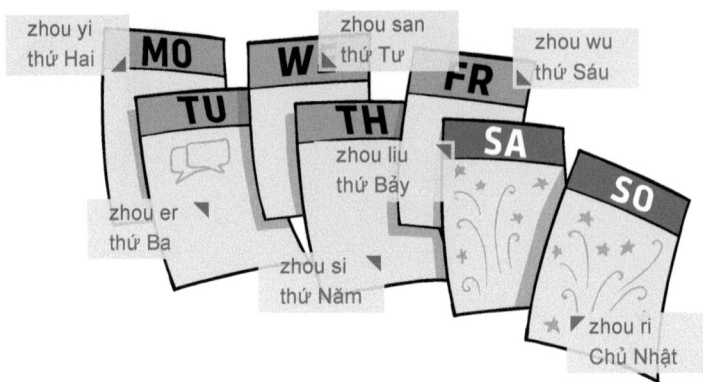

zhou yi
thứ Hai

zhou san
thứ Tư

zhou wu
thứ Sáu

zhou liu
thứ Bảy

zhou er
thứ Ba

zhou si
thứ Năm

zhou ri
Chủ Nhật

zuo tian

hôm qua

jin tian

hôm nay

ming tian

ngày mai

zao chen

buổi sáng

zhong wu

buổi trưa

wan shang

buổi tối

gong zuo ri

ngày làm việc

zhou mo

cuối tuần

nian
năm

yu
mưa
cai hong
cầu vồng
feng
gió
xue
tuyết
chun
mùa xuân
xia
mùa hè
qiu
mùa thu
dong
mùa đông

4.APRIL 11°
5.APRIL 4°
6.APRIL 13°
7.APRIL 8°
8.APRIL 10°

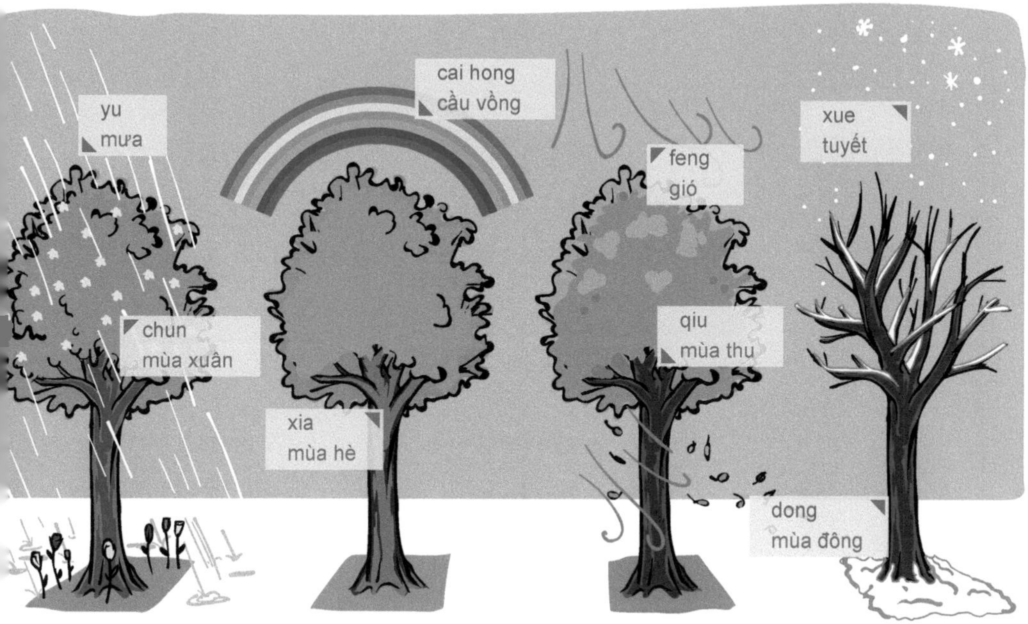

tian qi yu bao

dự báo thời tiết

F C
120 40
90 30
60 20
30 10
0 0
-30 -10
-20

wen du ji

nhiệt kế

yang guang

ánh nắng

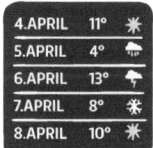

yun

mây

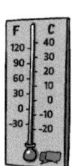

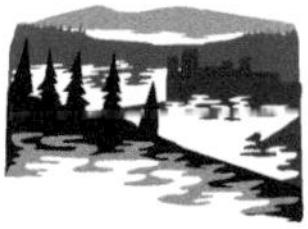

wu

sương mù

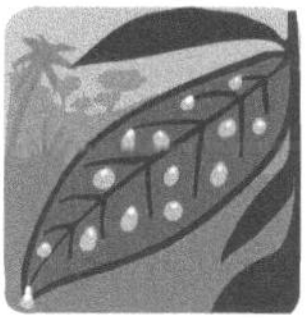

chao shi

độ ẩm không khí

shan dian

tia chớp

da lei

sấm sét

feng bao

cơn bão

bing bao

mưa đá

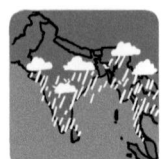

ji feng

gió mùa

hong shui

lũ lụt

bing

nước đá

yi yue

tháng Một

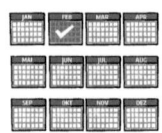

er yue

tháng Hai

san yue

tháng Ba

si yue

tháng Tư

wu yue

tháng Năm

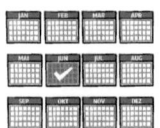

liu yue

tháng Sáu

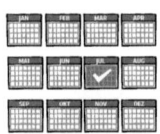

qi yue

tháng Bảy

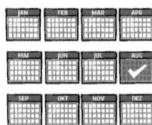

ba yue

tháng Tám

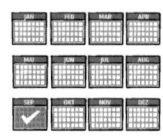

jiu yue

tháng Chín

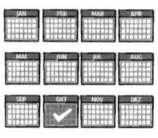

shi yue

tháng Mười

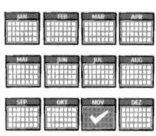

shi yi yue

tháng Mười Một

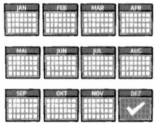

shi er yue

tháng Mười Hai

xing zhuang
hình dạng

yuan xing

hình tròn

zheng fang xing

hình vuông

chang fang xing

hình chữ nhật

san jiao xing

hình tam giác

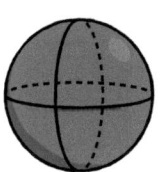

qiu ti

hình cầu

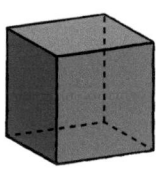

li fang ti

khối vuông

bai

màu trắng

huang

màu vàng

cheng

màu cam

fen

màu hồng

hong

màu đỏ

zi

màu tím

lan

màu xanh dương

lü

màu xanh lá cây

zong

màu nâu

hui

màu xám

hei

màu đen

hen duo/shao xu

nhiều / ít

sheng qi/ping jing

tức tối / điềm tĩnh

mei/chou

xinh đẹp / xấu xí

shou/wei

bắt đầu / kết thúc

da/xiao

to / nhỏ

ming/an

sáng / tối

xiong di/jie mei

nh (em) trai / chị (em) gái

gan jing/ang zang

sạch / bẩn

wan zheng/que shi

đủ / thiếu

bai lian/wan shang

ngày / đêm

si/sheng

chết / sống

kuan/zhai

rộng / chật hẹp

ke shi yong/fei shi yong

ăn được / không ăn được

xie e/shan liang

ác / tử tế

xing fen/wu liao

hào hứng / chán nản

pang/shou

béo / gầy

di yi/zui hou

đầu tiên / cuối cùng

peng you/di ren

bạn / thù

man/kong

đầy / rỗng

ying/ruan

cứng / mềm

zhong/qing

nặng / nhẹ

e/ke

đói / khát

sheng bing/jian kang

bệnh / khỏe mạnh

fei fa/he fa

bất hợp pháp / hợp pháp

cong ming/yu ben

thông minh / ngu

zuo/you

trái / phải

jin/yuan

gần / xa

xin/jiu

mới / cũ

mei you/you xie

không có gì cả / có cái gì đó

lao/you

già / trẻ

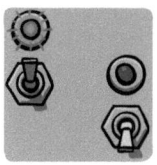

kai/guan

bật / tắc

da kai/he shang

mở / đóng

an jing/chao nao

im lặng / ồn ào

fu/qiong

giàu / nghèo

dui/cuo

đúng / sai

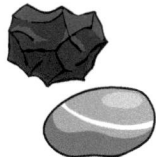

cu cao/guang hua

sần sùi / mịn màng

shang xin/gao xing

buồn / vui

duan/chang

ngắn / dài

man/kuai

chậm / nhanh

shi/gan

ẩm ướt / khô ráo

wen nuan/liang shuang

ấm áp / mát mẻ

zhan zheng/he ping

chiến tranh / hòa bình

0

ling

số không

1

yi

một

2

er

hai

3

san

ba

4

si

bốn

5

wu

năm

6

liu

sáu

7

qi

bảy

8

ba

tám

9

jiu

chín

10

shi

mười

11

shi yi

mười một

12

shi er

mười hai

13

shi san

mười ba

14

shi si

mười bốn

15

shi wu

mười lăm

16

shi liu

mười sáu

17

shi qi

mười bảy

18

shi ba

mười tám

19

shi jiu

mười chín

20

er shi

hai mươi

100

bai

một trăm

1.000

qian

một ngàn

1.000.000

bai wan

một triệu

ying yu

tiếng Anh

mei shi ying yu

tiếng Anh Mỹ

pu tong hua

tiếng Quan Thoại

yin di yu

tiếng Hin-di

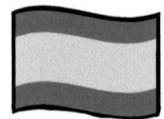

xi ban ya yu

tiếng Tây Ban Nha

fa yu

tiếng Pháp

a la bo yu

tiếng Ả-rập

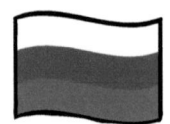

e yu

tiếng Nga

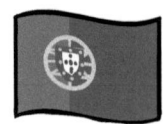

pu tao ya yu

tiếng Bồ Đào Nha

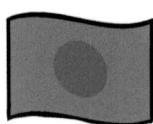

feng jia la yu

tiếng Bengal

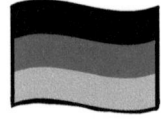

de yu

tiếng Đức

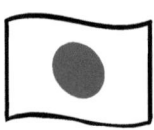

ri yu

tiếng Nhật

wo

tôi

ni

bạn

♂ ♀ ○

ta/ta/ta

anh ta / cô ta / nó

wo men

chúng tôi

ni men

các bạn

ta men

họ

shei?

ai?

shen me?

cái gì?

zen yang?

như thế nào?

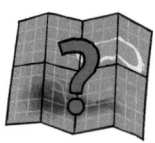

na li?

ở đâu?

shen me shi hou?

lúc nào?

HELLO, I AM

ming zi

tên

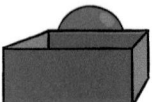

hou mian

phía sau

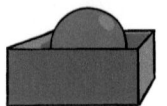

li mian

ở trong

qian mian

phía trước

shang fang

phía trên

shang mian

ở trên

xia mian

ở dưới

pang bian

bên cạnh

zhong jian

ở giữa

di dian

chỗ